| | |
|---|---|
| escuela - ilé-ìwé | 2 |
| viaje - ìrìn àjò | 5 |
| transporte - ọkọ̀ | 8 |
| ciudad - ìlú | 10 |
| paisaje - ẹlẹ́bùú | 14 |
| restaurante - ilé oúnjẹ | 17 |
| supermercado - ibi ìtajà | 20 |
| bebidas - ohun mímu | 22 |
| comida - oúnjẹ | 23 |
| granja - oko | 27 |
| casa - ilé | 31 |
| sala - yàrá ìgbé | 33 |
| cocina - ilé ìdáná | 35 |
| cuarto de baño - ilé ìwẹ̀ | 38 |
| habitación de los niños - yàrá ọmọdé | 42 |
| ropa - aṣọ | 44 |
| oficina - ọfisi | 49 |
| economía - ọrọ̀ ajé | 51 |
| oficios - àwọn iṣẹ́ ààyò | 53 |
| herramientas - àwọn irinṣẹ́ | 56 |
| instrumentos musicales - àwọn irinṣẹ́ orin | 57 |
| zoo - ibi ẹranko | 59 |
| deportes - àwọn eré ìdárayá | 62 |
| actividades - àwọn iṣẹ́ | 63 |
| familia - ẹbí | 67 |
| cuerpo - ara | 68 |
| hospital - ilé ìwòsàn | 72 |
| urgencia - pàjáwìrì | 76 |
| tierra - Ayé | 77 |
| hora(s) - aago | 79 |
| semana - ọ̀sẹ̀ | 80 |
| año - ọdún | 81 |
| formas - àwọn ìrísí | 83 |
| colores - àwọn àwọ̀ | 84 |
| opuestos - òdì | 85 |
| números - nọ́mbà | 88 |
| idiomas - àwọn èdè | 90 |
| quién / qué / cómo - tani / kínni / báwo | 91 |
| dónde - níbo | 92 |

**Impressum**
Verlag: BABADADA GmbH, Nedderfeld 112 , 22529 Hamburg
Geschäftsführer / Verlagsleitung: Harald Hof
Druck: Books on Demand GmbH, In de Tarpen 42, 22848 Norderstedt

**Imprint**
Publisher: BABADADA GmbH, Nedderfeld 112 , 22529 Hamburg, Germany
Managing Director / Publishing direction: Harald Hof
Print: Books on Demand GmbH, In de Tarpen 42, 22848 Norderstedt

# escuela
## ilé-ìwé

- dividir — pínpín
- aula — yàrá ìkàwé
- pizarra — pẹpẹ
- patio — yàádi ilé-ìwé
- maestro/a — olùkọ́
- papel — pépà
- escribir — kọ̀wé
- bolígrafo — kálàmù
- escritorio — dẹsiki
- regla — rúlà
- libro — ìwé
- alumno/a — akẹ́kọ̀ọ́

cartera
ọ̀rá

caja de lápices
àpò pẹnsuru

lápiz
pẹnsuru

sacapuntas
olùgbẹ́ pẹnsuru

goma de borrar
rọ́bà

cuaderno de dibujo
bọ́tìnnì yíyàwòrán

dibujo
yíyàròwán

pincel
burọ̣si ọdà

caja de pinturas
àpótí ọdà

tijeras
sisọsi

pegamento
gúlù

cuaderno de ejercicios
ìwé iṣẹ́

deberes
iṣẹ́ àmúrelé

número
nọ́mbà

sumar
àfikún

restar
àyọkúrò

multiplicar
ìsọdipúpọ̀

calcular
ṣírò

letra
lẹ́tà

alfabeto
alábídí

palabra
ọ̀rọ̀ síṣọ

escuela - ilé-ìwé

texto
ọ̀rọ̀ kíkọ

leer
kàwé

tiza
ṣọ́ọ́kì

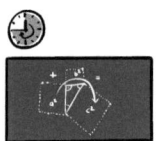
lección
ìkẹ́kọ̀ọ́

cuaderno de notas
forúkọsílẹ̀

examen
ìdánwò

certificado
ìwé orí

uniforme escolar
aṣọ ilé-ìwé

educación
ẹ̀kọ́

enciclopedia
ìwé ìmọ̀

universidad
yunifasiti

microscopio
ẹ̀rọ gbohùngbohùn

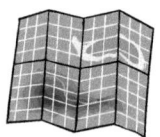
mapa
àwòrán àgbáyé

papelera
agbọ̀n ìdalẹ̀nù

escuela - ilé-ìwé

# viaje
## ìrìn àjò

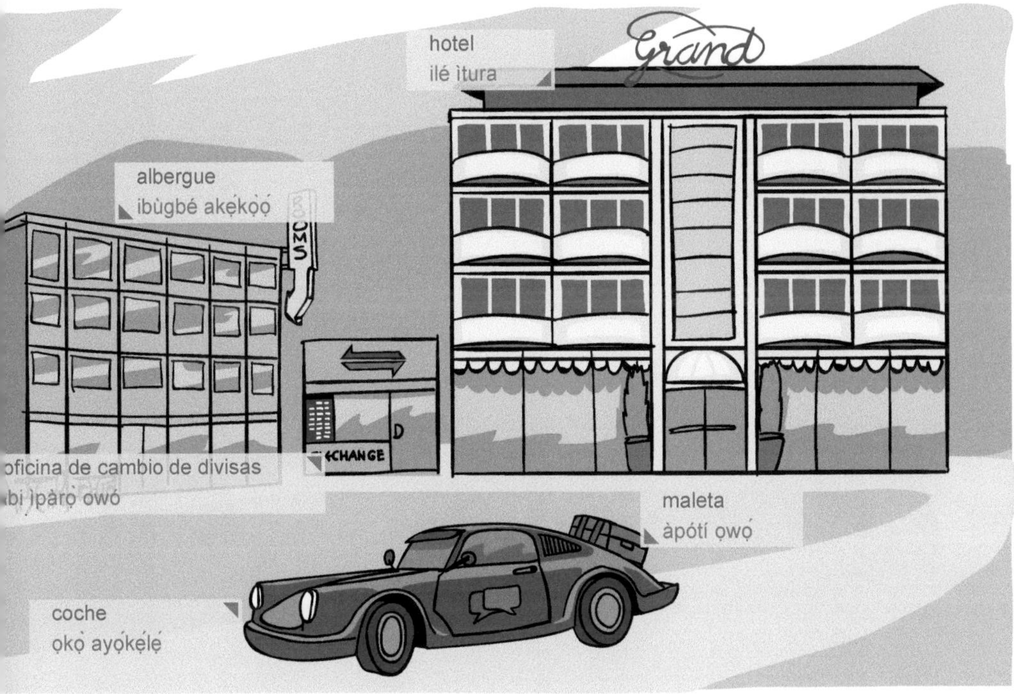

hotel
ilé ìtura

albergue
ibùgbé akẹ́kọ̀ọ́

oficina de cambio de divisas
ibi ìpàrọ̀ owó

maleta
àpótí ọwọ́

coche
ọkọ̀ ayọ́kẹ́lẹ́

idioma
èdè

sí / no
bẹ́ẹ̀ni / bẹ́ẹ̀kọ́

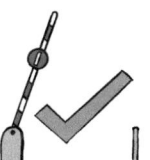

Vale
Ó dára

hola
ẹpẹ̀lẹ́

traductor
olùtúmọ̀ èdè

Gracias
O ṣeun

viaje - ìrìn àjò

¿cuánto es...?
èló ni... ?

No entiendo
Kò yé mi

problema
ìṣòro

¡Buenas tardes!
Ẹ káalẹ́!

¡Buenos días!
Ẹ kaarọ!

¡Buenas noches!
Ẹ káalẹ́!

adiós
ódìghà

dirección
ìtọ́ni

equipaje
ẹrù-ẹni

bolsa
báàgì

mochila
àpò ẹ̀yìn

invitado
àlejò

habitación
yàrá

saco de dormir
báàgì ibùsùn

tienda de campaña
àgọ́

viaje - ìrìn àjò

información turística
àlàyé arìnrìn àjò

playa
òkun

tarjeta de crédito
káàdì arọ́pọ̀ owó

desayuno
oúnjẹ àárọ̀

almuerzo
oúnjẹ ọ̀sán

cena
oúnjẹ alẹ́

billete
tikẹti

ascensor
ìgbésókè

sello
èdìdí

frontera
àlà

aduana
àwọn àṣà

embajada
ibi ìwé ìrìnà

visa
fisa

pasaporte
ìwé ìrìnà

viaje - ìrìn àjò

# transporte
## ọkọ̀

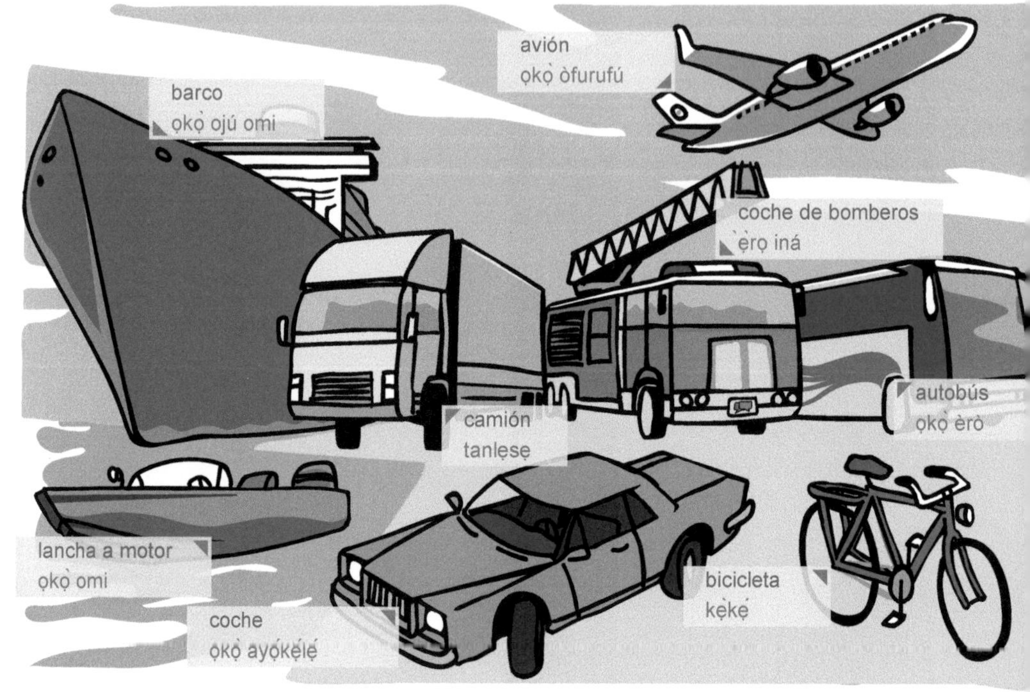

avión
ọkọ̀ òfurufú

barco
ọkọ̀ ojú omi

coche de bomberos
ẹrọ iná

camión
tanlẹsẹ

autobús
ọkọ̀ èrò

lancha a motor
ọkọ̀ omi

bicicleta
kẹ̀kẹ́

coche
ọkọ̀ ayọ́kẹ́lẹ́

transbordador

ọpán

barca

ọpọ́n ojú omi

moto

atapùpù

coche de policía

ọkọ̀ ọlọ́pàá

coche de carreras

ọkọ̀ ìsáré

coche de alquiler

ọkọ̀ yíyá

préstamo de vehículos

àpínlò ọkọ̀

grúa

ìgbọ́kọ̀

camión de la basura

ọkọ̀ dída ilẹ̀ nù

motor

manto

gasolina

epo

gasolinera

ilé epo

señal de tráfico

àmì ìwakọ̀

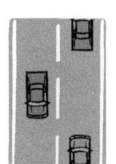

tráfico

ìwakọ̀

atasco

súnkẹrẹ

aparcamiento

ibi ìgbọ́kọ̀sí

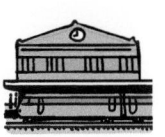

estación de tren

ibùdókọ̀ ojú irin

vías

àwọn òpópó

tren

ọkọ̀ ojú irin

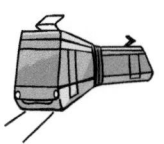

tranvía

ọkọ̀ ori ilẹ̀

vagón

ẹrù

transporte - ọkọ̀

helicóptero
ẹlikọputa

aeropuerto
ibùdókọ̀ òfurufú

torre
òpó

pasajero
èrò

contenedor
ibi ìpamọ́

caja de cartón
katun

carretilla
apẹ̀rẹ̀

cesta
agbọ̀n

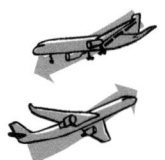
despegar / aterrizar
gbéra / balẹ̀

## ciudad
## ìlú

pueblo
abúlé

centro de ciudad
àárín ìlú

casa
ilé

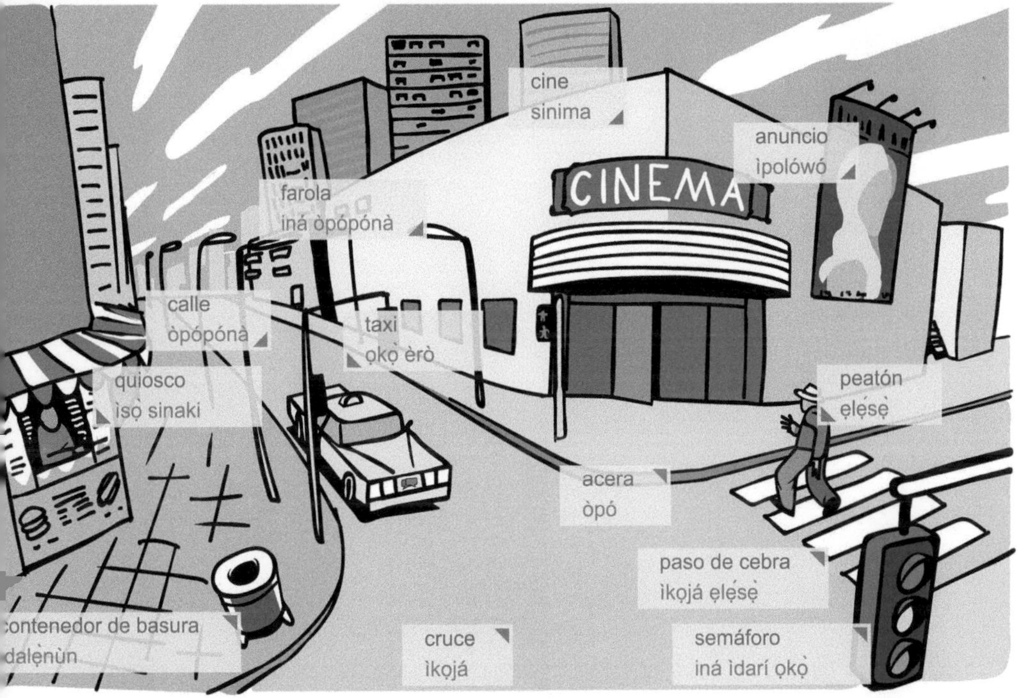

cine / sinima
anuncio / ìpolówó
farola / iná òpópónà
calle / òpópónà
taxi / okò èrò
quiosco / ìsò sinaki
peatón / elésè
acera / òpó
paso de cebra / ìkojá elésè
contenedor de basura / dalenùn
cruce / ìkojá
semáforo / iná ìdarí okò

cabaña
abà

apartamento
filati

estación de tren
ibùdókò ojú irin

ayuntamiento
ojúde

museo
musiomu

escuela
ilé-ìwé

ciudad - ìlú

universidad
yunifasiti

banco
ilé ìfowópamọ́

hospital
ilé ìwòsàn

hotel
ilé ìtura

farmacia
olùta òògùn

oficina
ọfisi

librería
ìsọ̀ ìwé

tienda
ìsọ̀

floristería
òdòdó

supermercado
ibi ìtajà

mercado
ọjà

grandes almacenes
ibi ẹka iṣẹ́

pescadería
ibi ẹja

centro comercial
ibi ìrajà

puerto
bèbè omi

ciudad - ìlú

parque
ibi ìgbafẹ́

banco
àga

puente
afárá

escaleras
àgàsọ̀

metro
abẹ́ ilẹ̀

túnel
ihò ilẹ̀

parada de autobús
ibùdókọ̀

bar
ilé ọtí

restaurante
ilé oúnjẹ

buzón
àpótí ifiwéránṣẹ́

poste indicador
àmì òpópónà

parquímetro
mita ìgbọ́kọ̀sí

zoo
ibi ẹranko

piscina
ibi ìwẹ̀

mezquita
mọ́ṣáláṣí

ciudad - ìlú

granja
oko

contaminación
ìdọ̀tí

cementerio
ibi ìsìnkú

iglesia
ilé ìjọsìn

patio de juego
ibi ìṣeré

templo
tẹmpili

## paisaje
## ẹlẹ́bùú

hoja — ewé
señal — ajúwe
camino — ọ̀nà
prado — ilẹ̀ koríko
piedra — òkúta
excursionista — olùrìn
árbol — igi
río — odò
hierba — kóriko
flor — òdòdó

paisaje - ẹlẹ́bùú

valle
kòtò

colina
òkè

lago
adágún omi

bosque
aginjù

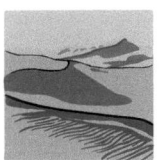

desierto
aṣálẹ̀

volcán
ilẹ̀ ríru

castillo
ibùgbé

arcoíris
òṣùmàrè

champiñón
esun

palmera
ọpẹ

mosquito
ẹ̀fọn

mosca
eṣinṣin

hormiga
kòkòrò

abeja
oyin

araña
alantakun

paisaje - ẹlẹ́bùú

15

escarabajo
làbọnlàbọn

rana
ọpọlọ

ardilla
ọkẹ́rẹ́ ńlá

erizo
sẹ́sẹ́

liebre
ọ̀kẹ́rẹ́

lechuza
òwìwí

pájaro
ọyọ

cisne
pẹ́pẹ́yẹ ńlá

jabalí
ẹlẹ́dẹ́ ìgbó

ciervo
àgbọ̀nrín

alce
àgbọ̀nrín ńlá

presa
adágún

turbina eólica
ọpá afẹ́fẹ́

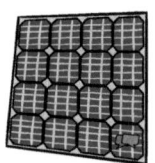

panel solar
panẹ́ẹ̀lì òrùn

clima
ojú-ọjọ́

paisaje - ẹlẹ́bùú

# restaurante
## ilé oúnjẹ

- camarero / agbóunjẹ
- menú / àkọsílẹ̀ oúnjẹ
- silla / àga
- sopa / ọbẹ̀
- pizza / pisa
- cubertería / ọbẹ
- mantel / aṣọ tábìlì

primer plato
ìpanu

plato principal
oúnjẹ gangan

postre
ìpanu lẹ́yin oúnjẹ

bebidas
ohun mímu

comida
oúnjẹ

botella
ìgò

| comida rápida | comida callejera | tetera |
|---|---|---|
| oúnjẹ kíá | oúnjẹ òpópónà | abọ́ tii |

 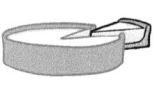 

| azucarero | porción | cafetera expreso |
|---|---|---|
| abọ́ ṣúgà | ìpín | ẹ̀rọ ẹsipirẹso |

| trona | cuenta | bandeja |
|---|---|---|
| àga gíga | ináwó oọọù | tirc |

| cuchillo | tenedor | cuchara |
|---|---|---|
| ọ̀bẹ | fọ́ọkì | ṣíbí |

| cucharilla | servilleta | vaso |
|---|---|---|
| ṣíbí tii | pépà ìnuwọ́ | gilasi |

restaurante - ilé oúnjẹ

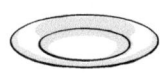
plato
abọ́

plato hondo
abọ́ ọbẹ̀

platillo
pẹlẹbẹ

salsa
ọbẹ̀

salero
kòkò iyọ̀

molinillo de pimienta
ìlọta

vinagre
fẹniga

aceite
òróró

especias
èròjà

ketchup
kẹsọpu

mostaza
mọsitadi

mayonesa
mayonesi

restaurante - ilé oúnjẹ

# supermercado
## ibi ìtajà

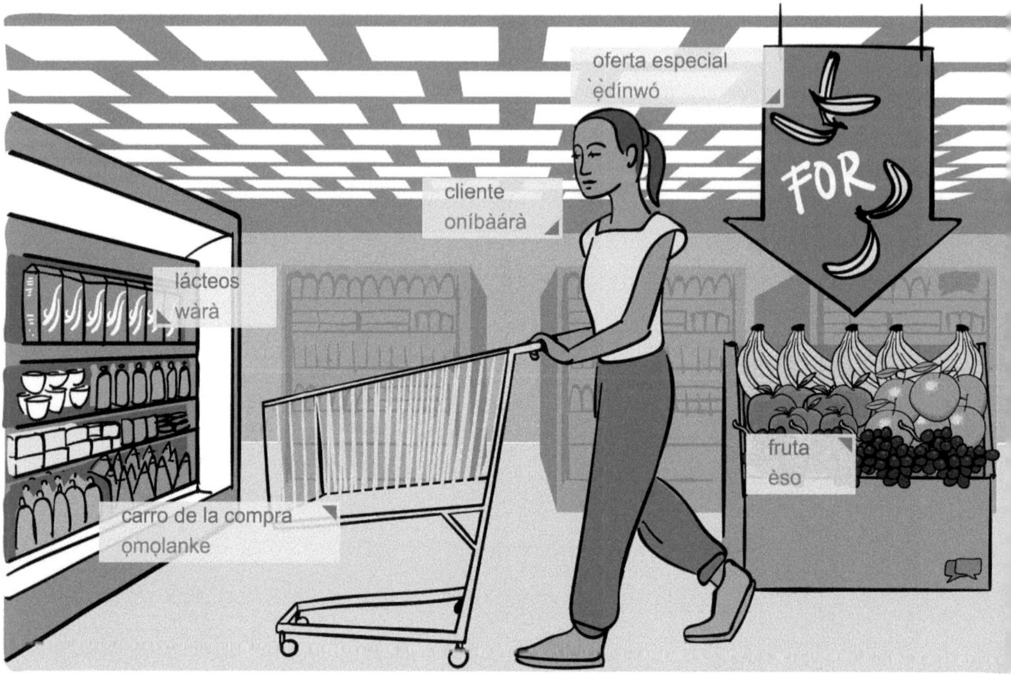

oferta especial
ẹ̀dínwó
FOR
cliente
oníbàárà
lácteos
wàrà
fruta
èso
carro de la compra
ọmọlanke


BUTCHERS


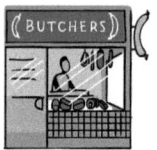

carnicería

alápatà

BAKERY


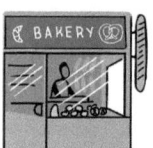

panadería

beka

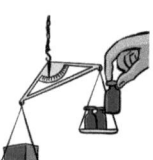

pesar

wọ̀n

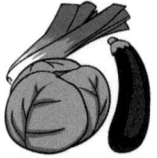

verduras

ewébẹ̀

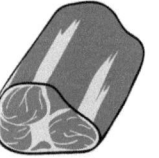

carne

ẹran

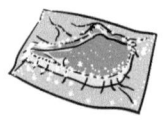

alimentos congelados

oúnjẹ dídì

fiambres
ẹran tútù

conservas
oúnjẹ agolo

detergente en polvo
ọṣẹ ifọṣọ

dulces
àdíndùn

productos de uso doméstico
àgbéjáde ẹbí

productos de limpieza
ohun itọjú

vendedora
olùtajà

caja
tili

cajero
akawó

lista de la compra
àkójọ ìrajà

horario de atención al público
wákàtí ìbẹ̀rẹ̀

cartera
ìpamọ́

tarjeta de crédito
káàdì arópò owó

bolsa
báàgì

bolsa de plástico
báàgì ọ̀rá

supermercado - ibi ìtajà

21

# bebidas
## ohun mímu

agua
omi

zumo
omi èso

leche
wàrá

cola
koki

vino
waini

cerveza
bia

alcohol
ọtí líle

cacao
kòkó

té
tii

café
kọfí

expreso
ẹsipirẹso

capuchino
kapusino

# comida
## oúnjẹ

plátano
ọgẹ̀dẹ̀

manzana
apu

naranja
ọsàn

melón
ẹ̀gúsí

limón
òronbò

zanahoria
karọti

ajo
galiki

bambú
ọparun

cebolla
àlùbọ́sà

champiñón
esun

avellanas
ẹ̀pà

fideos
nodu

comida - oúnjẹ

| espagueti | arroz | ensalada |
|---|---|---|
| sipajẹti | ìrẹsì | saladi |

| patatas fritas | patatas fritas | pizza |
|---|---|---|
| ìpanu | ànàmọ́ díndín | pisa |

| hamburguesa | sándwich | filete |
|---|---|---|
| bọ́gà | sanwiṣi | ẹran síṣun |

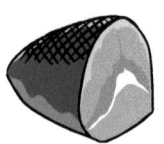  

| jamón | salami | salchicha |
|---|---|---|
| ẹsẹ̀ ẹlẹ́dẹ̀ | salami | sọseji |

| pollo | asado | pescado |
|---|---|---|
| ẹran ẹdìyẹ | sun | ẹja |

comida - oúnjẹ

copos de avena
oti pọreji

muesli
musẹli

copos de maíz
confulakisi

harina
iyẹ̀fun

cruasán
kirosanti

panecillo
rolu búrẹ́dì

pan
burẹdi

tostada
dín

galletas
bisikiti

mantequilla
bọ́tà

cuajada
kọdu

pastel
keki

huevo
ẹyin

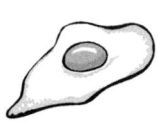
huevo frito
ẹyin díndín

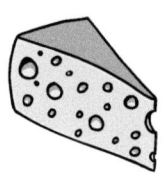
queso
ṣiṣi

comida - oúnjẹ

| helado | azúcar | miel |
|---|---|---|
| aisi kirimu | ṣúgà | oyin |

| mermelada | crema de turrón | curry |
|---|---|---|
| jamu | àfira ṣokoleti | kọri |

# granja
## oko

granja
ilé oko

granero
àká

fardo de paja
kóriko

campo
pápá

caballo
àgbà ẹṣin

remolque
pọ̀npọ̀n

potro
ẹṣin

tractor
katakata

burro
ẹṣin

cordero
àgùntàn

oveja
àgùntàn

cabra

ewúrẹ́

vaca

máàlù

ternero

ọdọ́ àgùntàn

cerdo

ẹlẹ́dẹ̀

cerdito

ọmọ ẹlẹ́dẹ̀

toro

àgbò

ganso
ọmọ pẹ́pẹ́yẹ

pato
pẹ́pẹ́yẹ

pollo
ọmọ adìyẹ

gallina
adìyẹ

gallo
àkùkọ

rata
èkúté

gato
olóngbò

ratón
eku

buey
kẹtẹkẹtẹ́

perro
ajá

perrera
ilé ajá

manguera
ọpá ọgbà

regadera
abọ́ omi

guadaña
scythe

arado
ọkọ̀ irúgbìn

granja - oko

hoz
abẹ oko

azada
ọkọ́

horca
irinṣẹ́ kóriko

hacha
àáké

carretilla
wilibaro

abrevadero
àgbá

lechera
abọ́ wàrà

saco
àpò

valla
ògiri

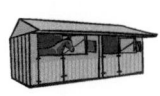

establo
pẹpẹ oko

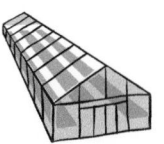

invernadero
ibi ìdáko

suelo
ilẹ̀

semilla
irúgbìn

fertilizador
ajílẹ̀

cosechadora
àkópọ̀ olùkórè

granja - oko

cosechar
ìkórè

cosecha
ìkórè

ñame
iṣu

trigo
bàbà

soja
soya

patata
ànàmọ́

maíz
àgbàdo

semilla de colza
irúgbìn rapu

árbol frutal
igi ẹ̀so

mandioca
ẹgẹ́

cereales
jéró

granja - oko

# casa
# ilé

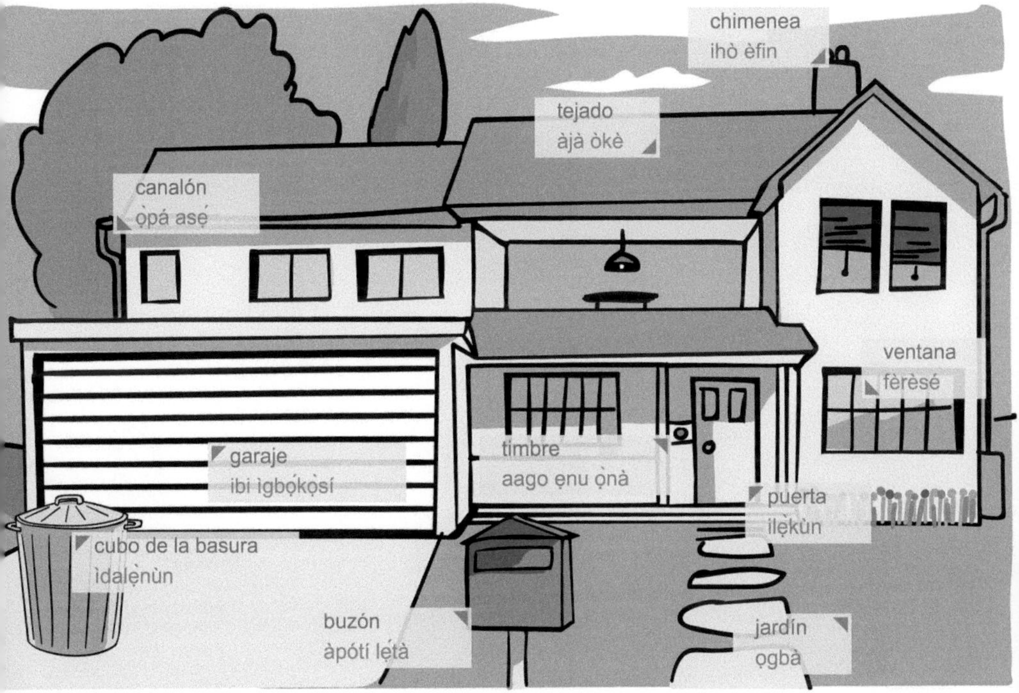

- chimenea — ihò èfin
- tejado — àjà òkè
- canalón — ọ̀pá asẹ́
- ventana — fèrèsé
- garaje — ibi igbọ́kọ̀sí
- timbre — aago ẹnu ọ̀nà
- puerta — ìlẹ̀kùn
- cubo de la basura — ìdàlẹ̀nùn
- buzón — àpótí létà
- jardín — ọgbà

sala
yàrá ìgbé

cuarto de baño
ilé ìwẹ̀

cocina
ilé ìdáná

dormitorio
yàrá ìbùsùn

habitación de los niños
yàrá ọmọdé

comedor
yàrá ìjẹun

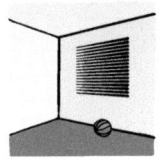
suelo
ilẹ̀

pared
ògiri ilé

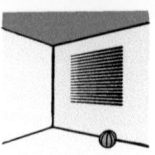
techo
àjà

sótano
sẹla

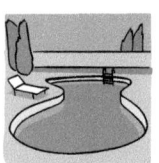
sauna
sauna

balcón
ọ̀dẹ̀dẹ̀

terraza
ọ̀nà

piscina
ibi ìwẹ̀

cortacésped
ẹ̀rọ igéko

sábana
ojú-ewé

colcha
aṣọ orí ibùsùn

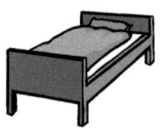
cama
ibùsùn

escoba
ọwọ̀

balde
garawa

interruptor
yípo

**casa - ilé**

# sala
## yàrá ìgbé

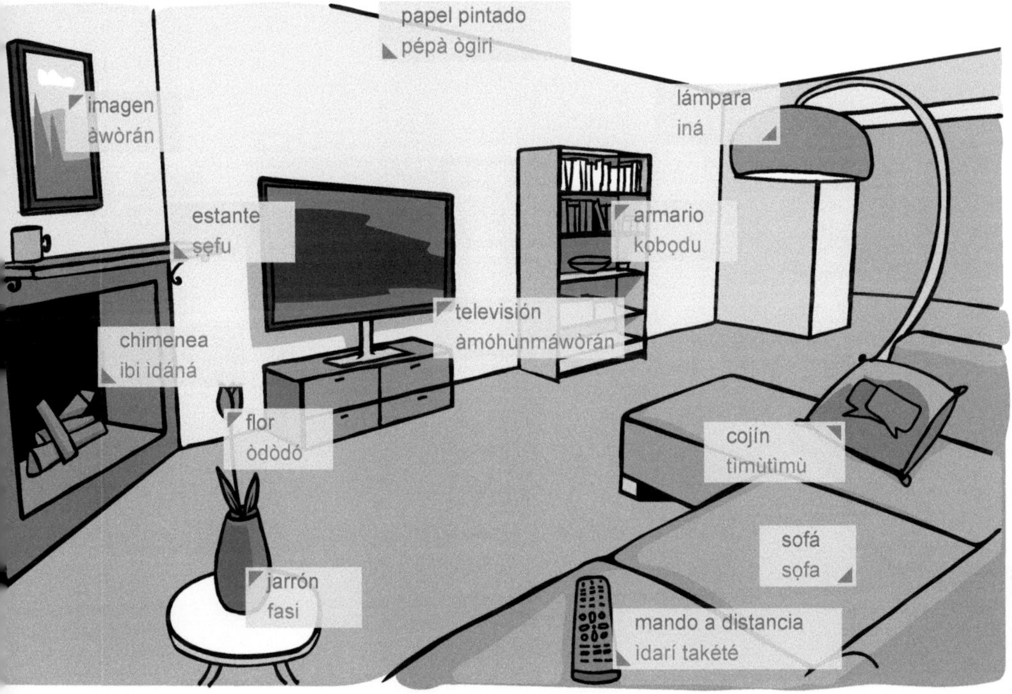

papel pintado
pépà ògiri

imagen
àwòrán

lámpara
iná

estante
ṣẹ́fù

armario
kọ́bọ́dù

chimenea
ibi ìdáná

televisión
àmóhùnmáwòrán

cojín
tìmùtìmù

flor
òdòdó

sofá
sọ́fà

jarrón
fasi

mando a distancia
ìdarí takété

alfombra
kápẹ́ti

cortina
kọ́tìnì

mesa
tábìlì

silla
àga

mecedora
àga amìtìtì

butaca
àga ọlọ́wọ́

| | | |
|---|---|---|
|  |  |  |
| libro | manta | decoración |
| ìwé | aṣọ ìbora | ọ̀ṣọ́ |
|  |  |  |
| leña | película | equipo de música |
| igi idáná | fíìmù | irinṣẹ́ hi-fi |
|  |  |  |
| llave | periódico | pintura |
| kọ́kọ́rọ́ | ìwé ìròyìn | kíkunlé |
|  |  |  |
| póster | radio | cuaderno |
| àlẹ̀mọ́ | redio | ìkọ̀wé |
|  |  |  |
| aspiradora | cactus | vela |
| ufa | kakitọsi | àbẹ́là |

sala - yàrá ìgbé

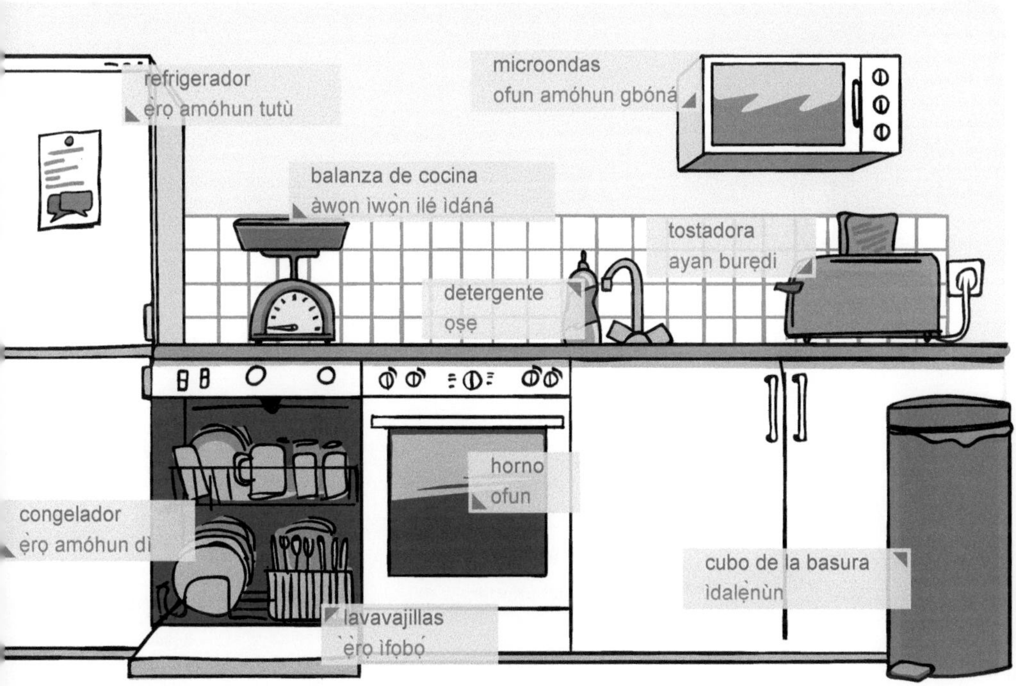

# cocina
## ilé ìdáná

- refrigerador — ẹrọ amóhun tutù
- microondas — ofun amóhun gbóná
- balanza de cocina — àwọn ìwọ̀n ilé ìdáná
- tostadora — ayan burẹdi
- detergente — ọṣẹ
- horno — ofun
- congelador — ẹrọ amóhun dì
- cubo de la basura — ìdalẹ̀nùn
- lavavajillas — ẹrọ ìfọbọ́

olla a presión
ìdáná

olla
ìṣasun

olla de hierro fundido
ìṣasun irin

wok / karahi
wok / kadai

cazuela
panu

hervidor
kẹturu

| | | |
|---|---|---|
|  | 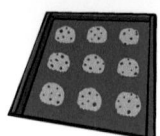 |  |
| vaporera<br>amoru | chapa de horno<br>pẹpẹ ìdáná | vajilla<br>dídáná |
|  |  |  |
| taza<br>ife gilasi | tazón<br>àdému | palillos<br>igi ijẹun |
|  |  |  |
| cucharón<br>ladu | espumadera<br>ṣíbí kòtò | batidor<br>wisiki |
|  |  |  |
| colador<br>sitirena | cedazo<br>asẹ́ | rallador<br>gireta |
|  |  |  |
| mortero<br>odó | barbacoa<br>àsun | hoguera<br>ibi ìdáná |

tabla de picar
pẹpẹ gígé

rodillo
igi ìlọ̀

sacacorchos
kọkisukuru

lata
agolo

abrelatas
olùṣí agolo

agarrador
àdìmú ìṣasun

lavabo
kòtò

cepillo
burọ́ṣi

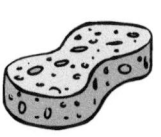
esponja
kaninkanin

batidora
ẹ̀rọ ìlọta

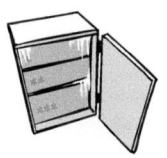
congelador
ẹ̀rọ amóhun dì oníkòtò

biberón
ohun ìjẹun ọmọdé

grifo
ẹnu ẹ̀rọ omi

cocina - ilé ìdáná

# cuarto de baño
## ilé ìwẹ̀

- calefacción — gbígbóná
- ducha — iwẹ̀
- toalla — tawẹli
- cortina de la ducha — kọtini iwẹ̀
- baño de espuma — iwẹ̀ olóṣẹ
- bañera — ibi ìwẹ̀
- vaso — gilasi
- lavadora — ẹ̀rọ ìfọṣọ
- baldosas — àlẹmọ́lẹ̀
- grifo — ẹnu ẹ̀rọ omi
- orinal — pó
- lavabo — kòtò

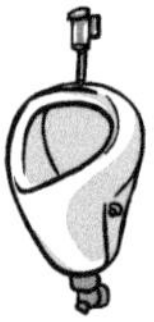

| | | |
|---|---|---|
| inodoro | inodoro rústico | bidé |
| ibi ìyàgbẹ́ | ibi ṣálángá | bidẹti |
| urinario | papel higiénico | escobilla del váter |
| títọ̀ | pépa ibi ìyàgbẹ́ | burọ́ṣi ibi ìyàgbẹ́ |

cepillo de dientes

igi ifọnu

pasta de dientes

ọṣẹ ifọnu

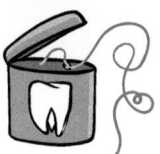

hilo dental

filọsi eyin

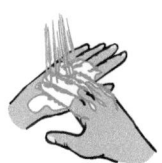

lavar

fọṣọ

ducha de mano

ìwẹ̀ ọlọ́wọ́

ducha íntima

doṣi

pila

basin

cepillo de espalda

burọṣi ẹyìn

jabón

ọṣẹ

gel de ducha

gẹli ìwẹ̀

champú

ọ̀ṣẹ irun

toallita

filanẹni

desagüe

sẹ́

crema

ìpara

desodorante

olóòrùn dídún

cuarto de baño - ilé ìwẹ̀

espejo
dingi

espejo de tocador
díngi owó

maquinilla de afeitar
abẹ

espuma de afeitar
fomu ifárungbọ̀n

loción postafeitado
lẹ́yìn ifarungbọ̀n

peine
ìyarun

cepillo
burọ́ṣì

secador
aqbẹrun

laca
ìparun

maquillaje
ìmúra

pintalabios
ìtọ́tẹ̀

pintauñas
faniṣi èkaná

algodón
òwú

cortauñas
sisọsi èkaná

perfume
pafumu

cuarto de baño - ilé ìwẹ̀

estuche de viaje

báàgì iwẹ̀

banqueta

àga

balanza

ìwọ̀n

albornoz

okùn iwẹ̀

guantes de goma

ìbọ̀wọ́ rọ́bà

tampón

tampun

compresa

ìnuwọ́

inodoro químico

ṣálángá kẹmika

# habitación de los niños
## yàrá ọmọdé

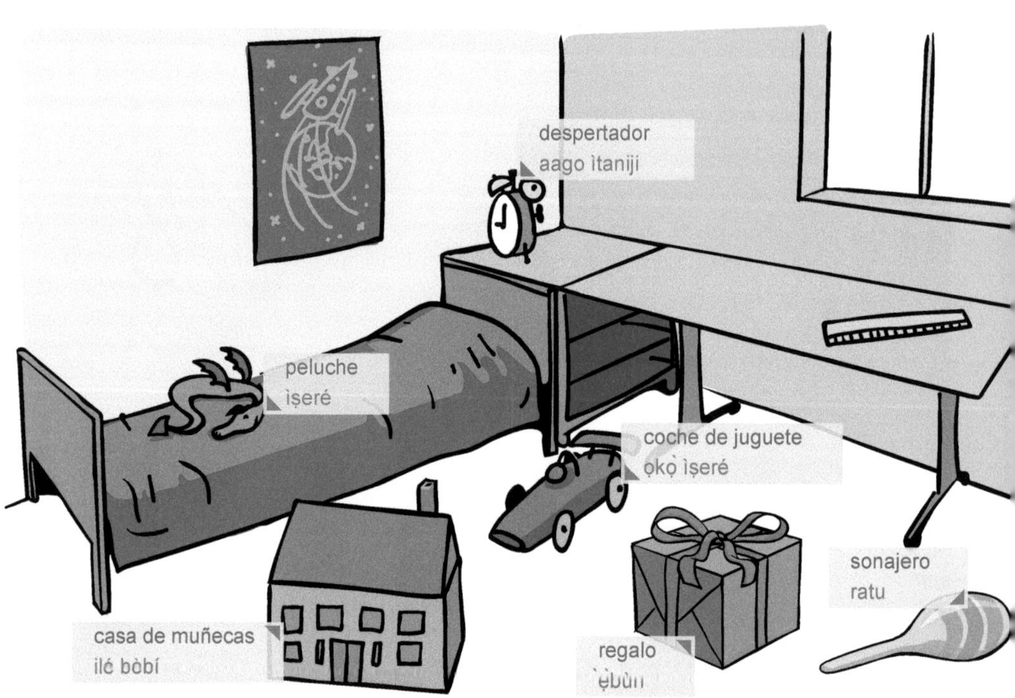

- despertador / aago ìtaniji
- peluche / ìṣeré
- coche de juguete / ọkọ̀ ìṣeré
- casa de muñecas / ilé bòbí
- regalo / ẹbùn
- sonajero / ratu

globo
fèrè

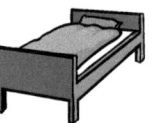

cama
ibùsùn

coche de niño
igbọ́mọ

naipes
àpapọ̀ káàdì

puzle
ayùn

tebeo
àwàdà

piezas de lego
àwọn biriki

bloques de juguete
ohun ìṣeré

figura de acción
figọ ìṣe

bodi (de bebé)
ìdàgbàsókè

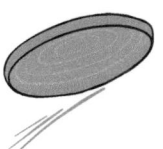
frisbee
firisibi

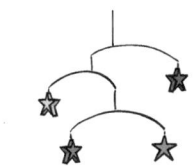
colgador móvil para bebés
alágbèéká

juego de mesa
eré pẹpẹ

dados
daisi

circuito de tren eléctrico
àkópọ̀ ìkọ́ni àwòṣe

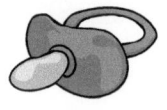
maniquí
dọmi

fiesta
ayẹyẹ

álbum de fotos
ìwé àwòrán

pelota
bọ́ọ̀lù

muñeca
bèbí

jugar
ṣeré

habitación de los niños - yàrá ọmọdé

cajón de arena
kòtò yẹ̀pẹ̀

columpio
jangilofa

juguetes
àwọn ìṣeré

videoconsola
kọ́nsolu ìṣeré fídíò

triciclo
ẹlẹ́sẹ̀ mẹ́ta

oso de peluche
bèbí ọmọdé

guardarropa
ibi ìkaṣọsi

## ropa
## aṣọ

calcetines
sọkisi

medias
sitọkin

leotardos
ṣòkòtò

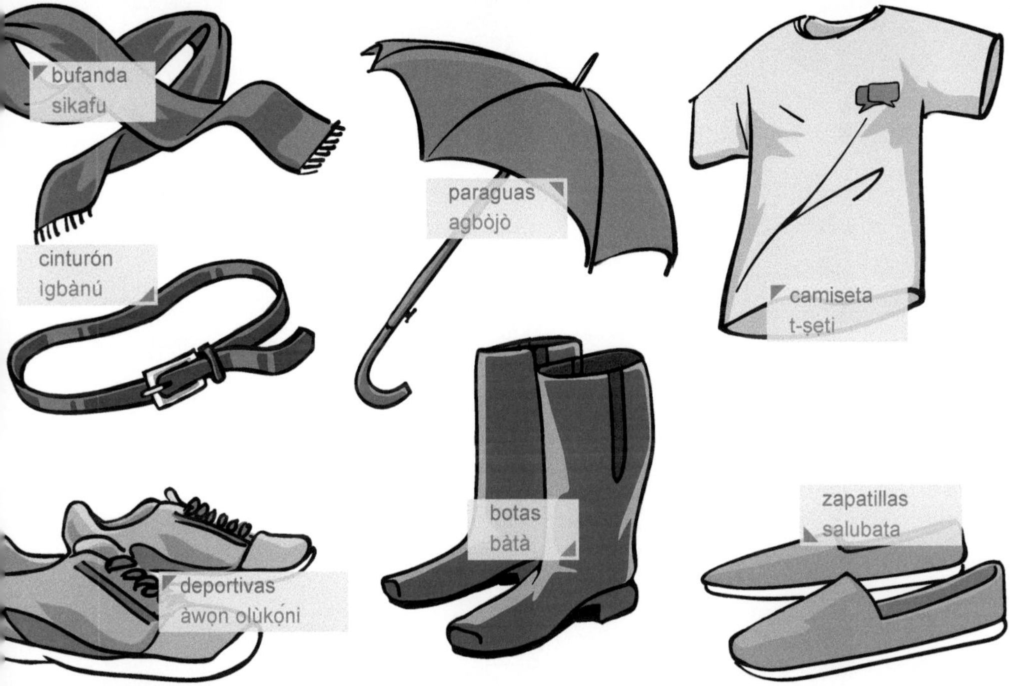

bufanda
sikafu

paraguas
agbòjò

camiseta
t-ṣeti

cinturón
ìgbànú

zapatillas
salubata

botas
bàtà

deportivas
àwọn olùkọni

sandalias
salubata

zapatos
bàtà

botas de goma
bàtà òjò

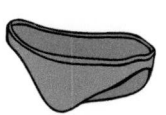

slip
pátá

sostén
kọ́mú

chaleco
fẹsiti

ropa - aṣọ

bodi
ara

pantalones
șòkòtò

vaqueros
kakí

falda
sikẹti

blusa
bulausi

camisa
ṣẹti

jersey
dúró

suéter
ibòrí

blazer
aṣọ òkè

chaqueta
aṣọ otútù

abrigo
kotu

gabardina
aṣọ òjò

traje
ìmúra

vestido
wọsọ

vestido de novia
aṣọ ìgbéyàwó

ropa - aṣọ

traje
sutu

camisón
aṣọ àwọ̀sùn

pijama
pijama

sari
sari

bandana
gèlè

turbante
tọbanu

burka
bọka

caftán
kafitani

abaya
abaya

traje de baño
aṣọ iwẹdò

bañador
aṣọ àwọ̀sókè

pantalones cortos
penpe

chándal
kotu

delantal
aṣọ ìdáná

guantes
ìbọ̀wọ́

ropa - aṣọ

botón
bọ́tinnì

gafas
awò

brazalete
ẹgbà ọwọ́

collar
ẹgbà ọrùn

anillo
òrùka

pendiente
gbígbọ́

gorra
filà

percha
ikọ́ kotu

sombrero
àkẹtẹ̀

corbata
tai

cremallera
sipu

casco
koto

tirantes
biresi

uniforme escolar
aṣọ ilé-ìwé

uniforme
yunifọmu

ropa - aṣọ

babero
bibu

maniquí
dọmi

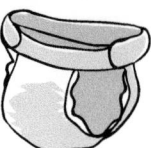
pañal
ìlédìí

## oficina
## ọfisi

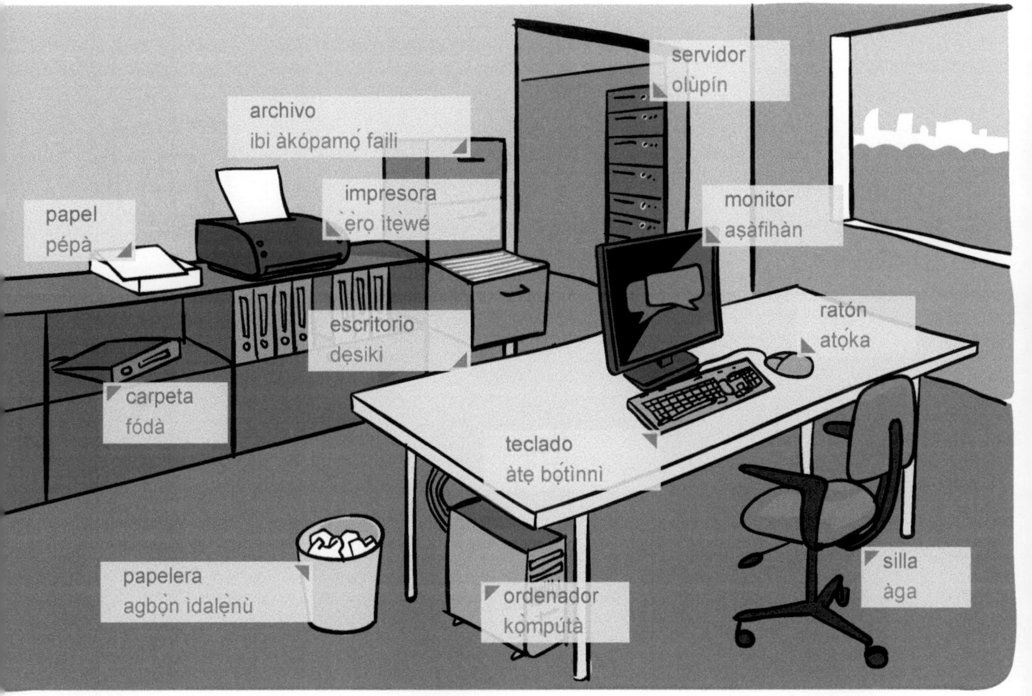

servidor
olùpín

archivo
ibi àkópamọ́ faili

impresora
ẹ̀rọ itẹwé

monitor
aṣàfihàn

papel
pépà

escritorio
dẹsiki

ratón
atọ́ka

carpeta
fódà

teclado
àtẹ bọ́tìnnì

silla
àga

papelera
agbọ̀n ìdalẹ̀nù

ordenador
kòmpútà

taza de café
ife kọfí

calculadora
ẹ̀rọ ìṣirò

internet
ayélujára

oficina - ọfisi 49

portátil
kọ̀mpútà àgbélétan

carta
lẹ́tà

mensaje
ìfiránṣẹ́

móvil
alágbèéká

red
nẹ́tíwọ̀kì

fotocopiadora
ẹ̀rọ ẹdà

software
sọftwia

teléfono
ẹ̀rọ ibánisọ̀rọ̀

toma de corriente
ihò iná

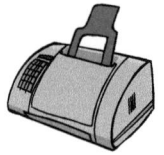
fax
ẹ̀rọ fakisi

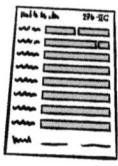
formulario
fọ́ọ̀mù

documento
ìwé àkọsílẹ̀

oficina - ọfisi

# economía
## ọrọ̀ ajé

comprar
rà

pagar
sanwó

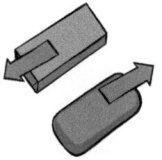
comerciar
ṣòwò

dinero
owó

dólar
dọla

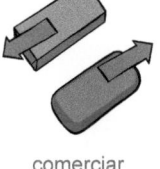
euro
yuro

yen
yẹni

rublo
rọbu

franco suizo
Siwisi frans

renminbi yuan
renminbi yuan

rupia
rupi

cajero automático
ibi owó

oficina de cambio de divisas
ibi ìpàrọ owó

oro
wúrà

plata
fàdákà

petróleo
epo

energía
agbára

precio
iye

contrato
àdéhùn

impuesto
owó orí

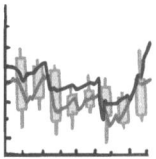
acción
ìpín ọjà

trabajar
ṣiṣẹ́

empleado
òṣìṣẹ́

empleador
agbani síṣẹ́

fábrica
ilé iṣẹ́

tienda
ìsọ̀

economía - ọrọ̀ ajé

# oficios
## àwọn iṣẹ́ ààyò

- agente de policía
  ọ̀gá ọlọ́pàá
- bombero
  panápaná
- cocinero
  adáná
- médico
  dókítà
- piloto
  awakọ̀ òfurufú

jardinero
ológbà

carpintero
gbẹ́nàgbẹ́nà

costurera
áránṣọ

juez
adájọ́

farmacéutico
olóògùn

actor
òṣèré

| conductor de autobús | taxista | pescador |
|---|---|---|
| awakọ̀ èrò | awakọ̀ èrò | apẹja |

| señora de la limpieza | techador | camarero |
|---|---|---|
| omidan agbálẹ̀ | kanlékanlé | agbóunjẹ |

| cazador | pintor | panadero |
|---|---|---|
| ode | akunlẹ́ | olùṣe ìyẹ̀fun |

| electricista | obrero | ingeniero |
|---|---|---|
| aṣàtúnṣe iná | akọ́lé | amojú ẹrọ |

| carnicero | fontanero | cartero |
|---|---|---|
| alápatà | pulọmba | afiwé ránṣẹ́ |

oficios - àwọn iṣẹ́ ààyò

soldado
jagunjagun

arquitecto
ayàwòrán ilé

cajero
akawó

florista
olódòdó

peluquero
aṣerun lóge

revisor
adarí èrò

mecánico
aṣàtúnṣe ọkọ̀

capitán
adarí

dentista
olùtọ́jú eyin

científico
onímọ̀ ijinlẹ̀

rabino
olùkọ́ni

imán
imamu

monje
mọnki

sacerdote
òjíṣẹ́ Olọ́run

oficios - àwọn iṣẹ́ ààyò

55

# herramientas
## àwọn irinṣẹ́

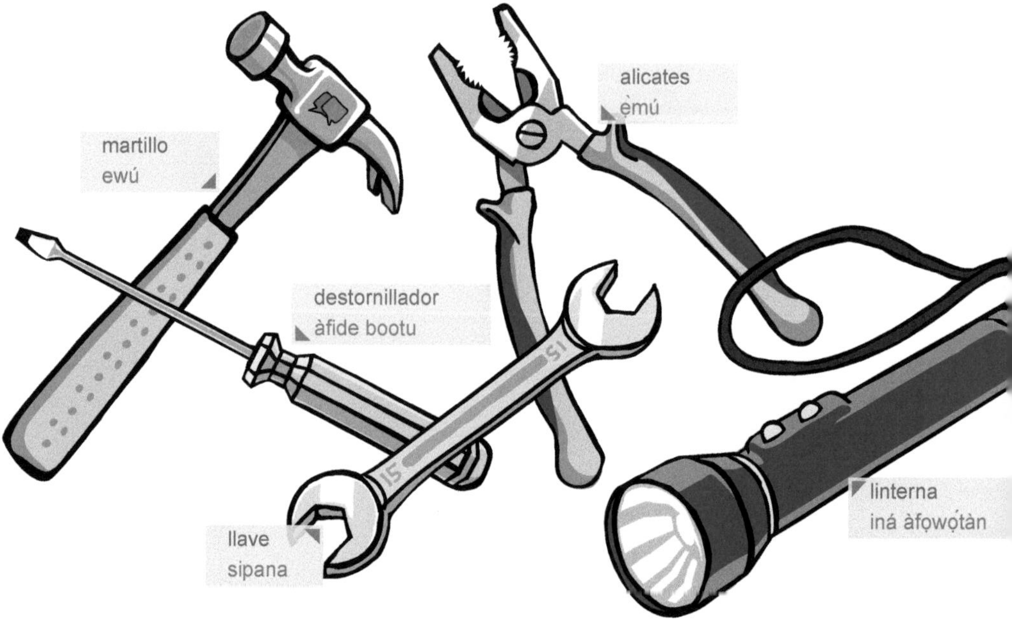

martillo
ewú

alicates
èmú

destornillador
àfide bootu

llave
sipana

linterna
iná àfọwọ́tàn

excavadora
jiga

caja de herramientas
àpótí irinṣẹ́

escalera de mano
àgàsọ̀

sierra
ayùn

clavos
èṣó

taladro
ìlu

reparar
túnṣe

pala
sọ́bìrì

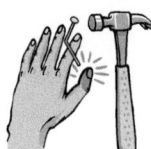

¡Maldita sea!
Adágún!

recogedor
igbá ìdọ̀tí

bote de pintura
kòkò ọ̀dà

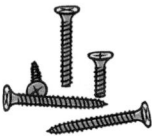

tornillos
bootu

## instrumentos musicales
### àwọn irinṣẹ́ orin

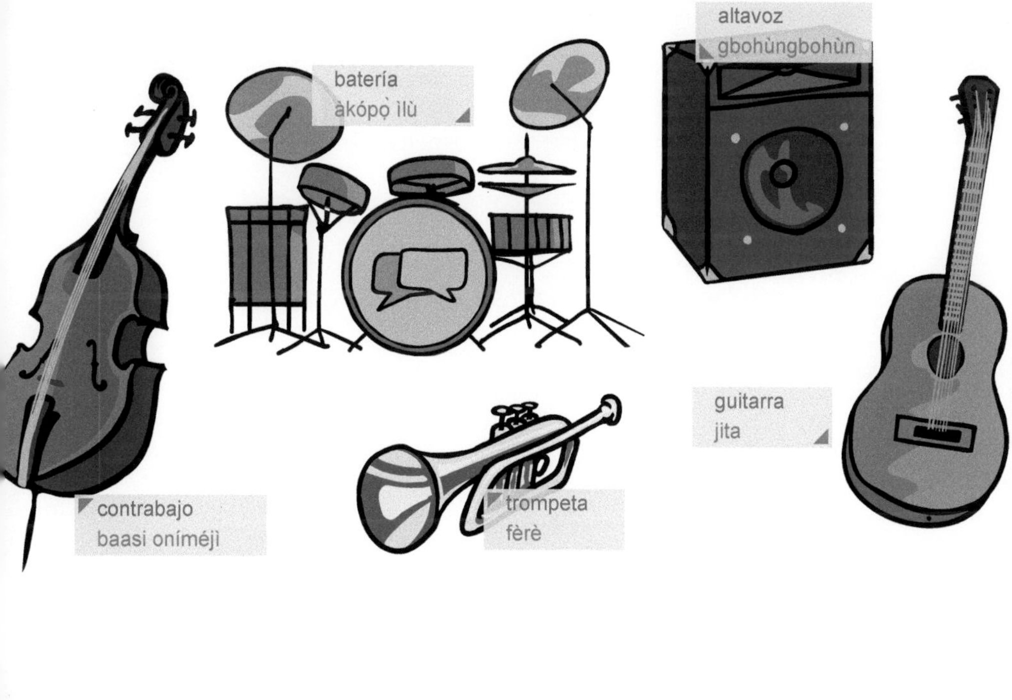

batería
àkópọ̀ ìlù

altavoz
gbohùngbohùn

contrabajo
baasi oníméjì

trompeta
fèrè

guitarra
jita

piano
dùrù

violín
faolin

bajo
baasi

timbales
timpani

tambor
àwọn ìlù

teclado
kiibọdu

saxofón
sasofonu

flauta
fèrè ìpè

micrófono
`ẹrọ gbohùngbohùn

instrumentos musicales - àwọn irinṣẹ́ orin

# zoo
## ibi ẹranko

- tigre / ẹkùn
- entrada / ìwọlé
- jaula / ibi ìhámọ́
- cebra / àgbọ̀nrín
- pienso / oúnjẹ ẹranko
- panda / panda

animales
àwọn ẹranko

elefante
erin

canguro
kangaruu

rinoceronte
raino

gorila
ọ̀bọ lagido

oso
biari

camello

kẹ́tẹ́kẹ́tẹ́

avestruz

ẹyẹ agùnlọ́rùn

león

kìniún

mono

ọ̀bọ

flamingo

yọjayọja

loro

ayékòótọ́

oso polar

bjari omi

pingüino

pinguin

tiburón

ṣaki

pavo real

ọkín

serpiente

ejò

cocodrilo

ọ̀nì

guardián de zoológico

olùtọ́jú ibi ẹranko

foca

sili

jaguar

jagua

zoo - ibi ẹranko

poni
poni

leopardo
ẹkùn

hipopótamo
ẹran omi

jirafa
jirafi

águila
àṣá

jabalí
ẹlẹ́dẹ́ igbó

pescado
ẹja

tortuga
ìjàpá

morsa
wọrọsi

zorro
kọ̀lọ̀kọ̀lọ̀

gacela
gasẹli

zoo - ibi ẹranko

# deportes
## àwọn eré ìdáráyá

fútbol americano
Bọ́ọ̀lù àfẹsẹ̀gbá Amẹrika

ciclismo
kẹ̀kẹ́

tenis
tẹnisi

baloncesto
bọ́ọ̀lù agbọ̀n

natación
iwẹ odò

hockey sobre hielo
ọki yìnyín

boxeo
ẹlẹ́sẹ̀ẹ́

fútbol
bọ́ọ̀lù àfẹsẹ̀gbá

bádminton
badmintin

atletismo
àwọn tí ń sáré

balonmano
bọ́ọ̀lù ọlọ́wọ́

esquí
eré orí yìnyín

polo
polo

# actividades
# àwọn iṣẹ́

- saltar / fò
- reír / rẹ́rìín
- abrazar / dìmọ́
- caminar / rìn
- cantar / kọrin
- soñar / àlá
- rezar / gbàdúrà
- besar / fẹnukò

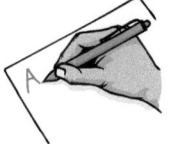

escribir
kọ̀wé

dibujar
yàwòrán

mostrar
fihàn

empujar
tì

dar
funni

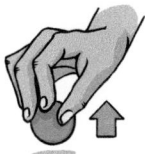

tomar
mú

tener
ní

hacer
şe

ser
jẹ́

estar de pie
dúró

correr
sáré

tirar
fà

tirar
jù

caer
şubú

yacer
parọ́

esperar
dúró

llevar
gbé

estar sentado
jókòó

vestirse
múra

dormir
sùn

despertar
jí

actividades - àwọn işẹ́

| | | |
|---|---|---|
|  |  |  |
| mirar | llorar | acariciar |
| wo | kígbe | ọ̀pá |
|  |  |  |
| peinar | hablar | entender |
| ìlarun | sọ̀rọ̀ | lóye |
|  |  |  |
| preguntar | escuchar | beber |
| bèrè | tẹtí | omi |
|  |  |  |
| comer | ordenar | amar |
| jẹun | palẹ̀mọ́ | ífẹ́ |
|  |  |  |
| cocinar | conducir | volar |
| dáná | wakọ̀ | fò |

actividades - àwọn iṣẹ́

navegar
ìgbín

calcular
şírò

leer
kàwé

aprender
kọ́

trabajar
şişẹ́

casarse
gbéyàwó

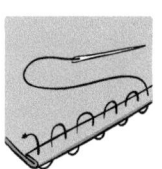
coser
ránşọ

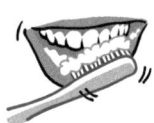
cepillarse los dientes
fọ eyín

matar
pa

fumar
mu sìgá

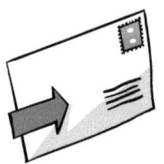
enviar
firánşẹ́

# familia
## ẹbí

- abuela — ìyá ńlá
- abuelo — bàbá ńlá
- padre — bàbá
- madre — ìyá
- bebé — ọmọdé
- hija — ọmọbìnrin
- hijo — ọmọkùnrin

invitado
àlejò

tía
àbúrò ìyá

tío
àbúrò bàbá

hermano
arákùnrin

hermana
arábìnrin

# cuerpo
## ara

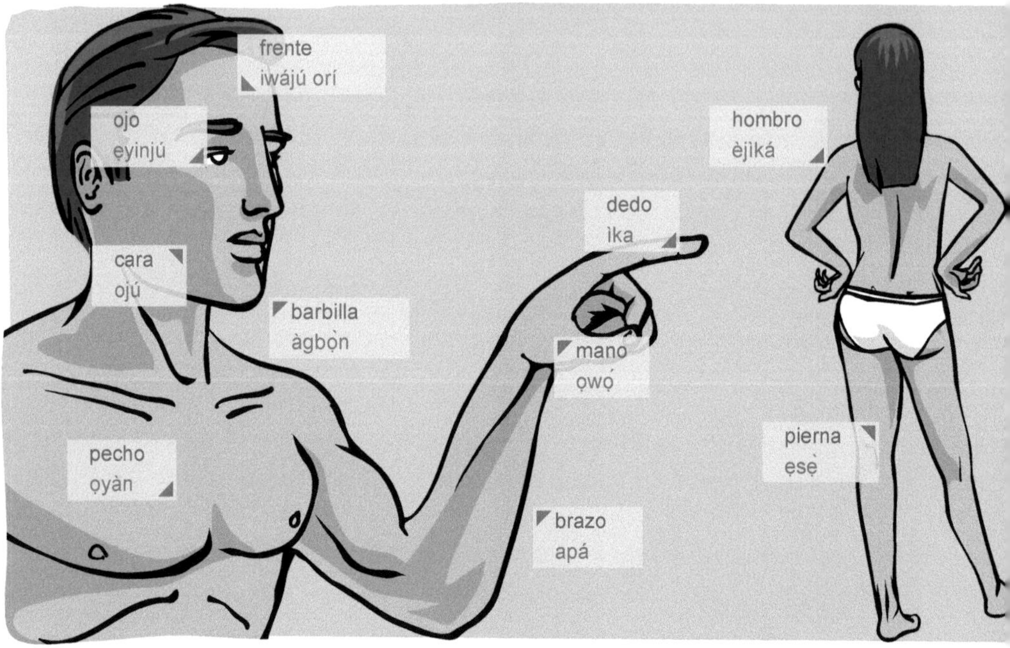

- frente — ìwájú orí
- ojo — ẹyinjú
- cara — ojú
- barbilla — àgbòn
- pecho — oyàn
- hombro — èjìká
- dedo — ìka
- mano — ọwọ́
- pierna — ẹsẹ̀
- brazo — apá

bebé
ọmọdé

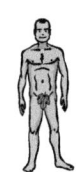

hombre
ọkùnrin àgbà

mujer
obìnrin àgbà

chica
obìnrin

chico
ọkùnrin

cabeza
orí

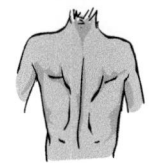

espalda
èyìn

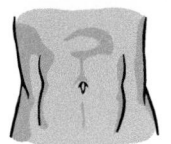

vientre
inú

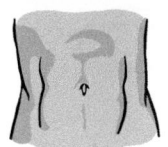

ombligo
ìdodo

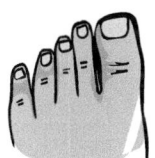

dedo del pie
ika ẹsẹ̀

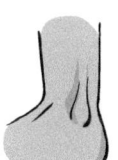

talón
èyìn ẹsẹ̀

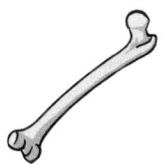

hueso
egungun

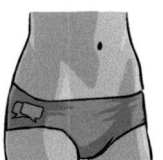

cadera
ìbàdí

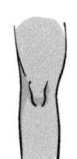

rodilla
orúnkún

codo
ìgúpá

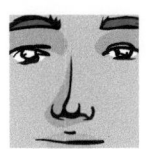

nariz
imú

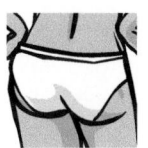

trasero
ìdí

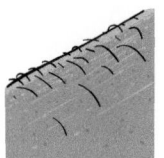

piel
awọ

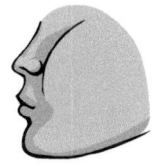

mejilla
èrẹkẹ́

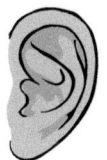

oído
etí

labio
ètè

cuerpo - ara

| | | |
|---|---|---|
|  | 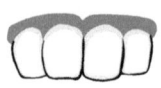 |  |
| boca | diente | lengua |
| ẹnu | eyín | ahọ́n |
| 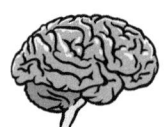 |  |  |
| cerebro | corazón | músculo |
| ọpọlọ | ọkàn | iṣan |
| 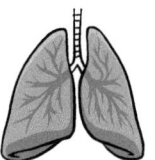 |  | 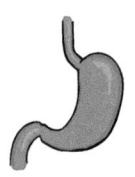 |
| pulmón | hígado | estómago |
| ìfun | ẹ̀dọ̀ | ikùn |
| 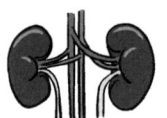 |  | 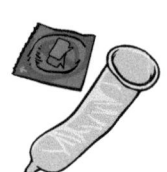 |
| riñones | sexo | condón |
| kíndìrín | ìbálòpọ̀ | rọ́bà àbò |
| 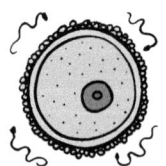 |  |  |
| ovario | semen | embarazo |
| ofumu | àtọ̀ | oyún |

cuerpo - ara

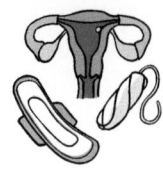

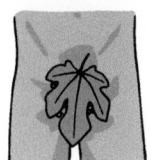

| menstruación | vagina | pene |
|---|---|---|
| ǹkan oṣù | òbò | okó |

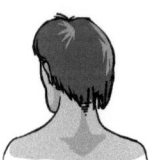

| ceja | pelo | cuello |
|---|---|---|
| ìpénpéjú | irun | ọrùn |

# hospital
# ilé ìwòsàn

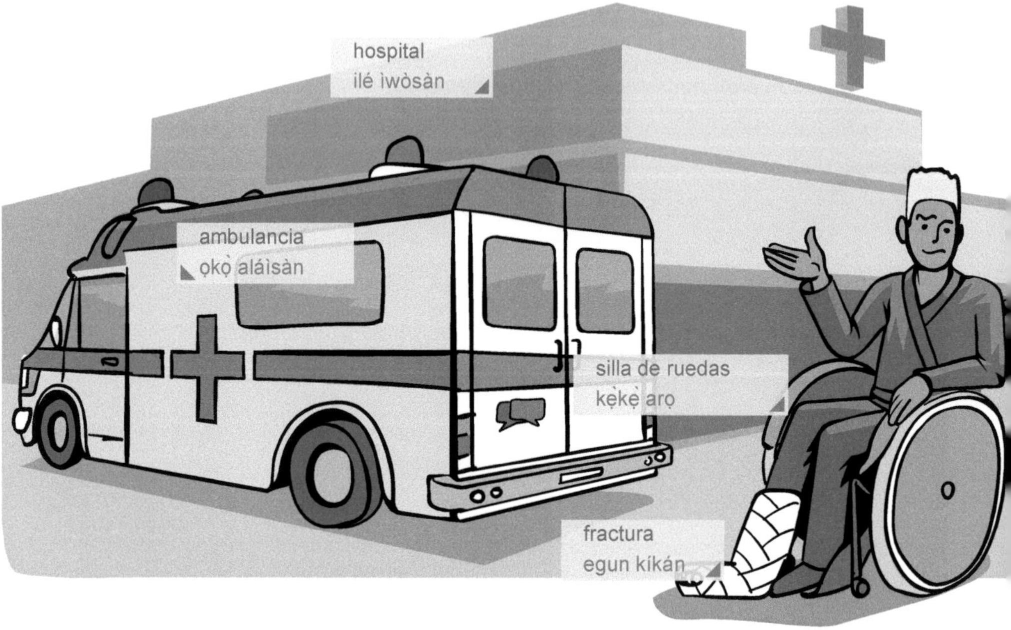

hospital
ilé ìwòsàn

ambulancia
ọkọ̀ aláìsàn

silla de ruedas
kẹkẹ́ arọ

fractura
egun kíkán

médico
dókítà

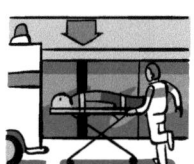

sala de urgencias
yàrá pàjáwìrì

enfermera
nọ́ọ̀sì

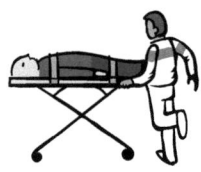

urgencia
pàjáwìrì

inconsciente
dákú

dolor
ìrora

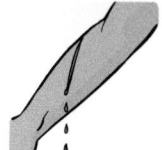

| lesión | hemorragia | infarto |
|---|---|---|
| egbò | èjè dídà | àìsàn ọkàn |

| ictus | alergia | tos |
|---|---|---|
| ropárọsẹ̀ | àlébù ògùn | ikọ́ |

| fiebre | gripe | diarrea |
|---|---|---|
| ibà | ọfinkìn | ìgbẹ́ gburu |

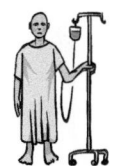
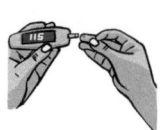

| dolor de cabeza | cáncer | diabetes |
|---|---|---|
| ẹ̀fọ́rí | jejerẹ | ìtọ̀ ṣúgà |

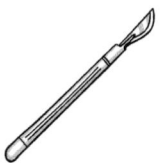

| cirujano | bisturí | operación |
|---|---|---|
| alábẹ | abẹfẹ́lẹ́ | iṣẹ́ abẹ |

hospital - ilé ìwòsàn

 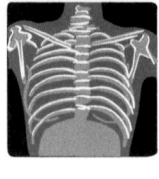 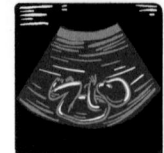

| TAC | rayos x | ultrasonido |
|---|---|---|
| CT | x-ray | ọtirasandi |

| mascarilla | enfermedad | sala de espera |
|---|---|---|
| aṣọ ìbòjú | àrùn | yàrá ìdúró |

| muleta | tirita | venda |
|---|---|---|
| ọ̀pá | àlẹ̀mọ́ | aṣọ àfiwé |

 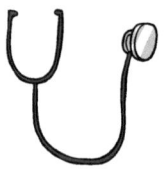 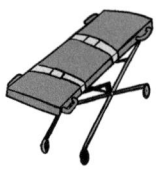

| inyección | estetoscopio | camilla |
|---|---|---|
| abẹ́rẹ́ | àyẹ̀wò èémì | àtẹ aláìsàn |

| termómetro | nacimiento | sobrepeso |
|---|---|---|
| ẹrọ ìwọ̀n oru ilé ìwòsàn | ìbí | ìsanrajù |

hospital - ilé ìwòsàn

| | | |
|---|---|---|
| audífono | desinfectante | infección |
| ẹ̀rọ àfigbọ́rọ̀ | apa kòkòrò | àkóràn |

| | | |
|---|---|---|
| virus | VIH / SIDA | medicina |
| kòkòrò | Àrùn HIV / AIDS | òògùn |

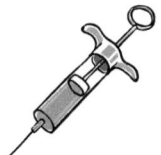 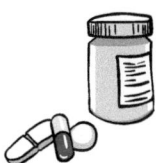 

| | | |
|---|---|---|
| vacunación | tabletas | pastilla |
| àjẹsára | tabulẹ́ti | òògùn |

| | | |
|---|---|---|
| llamada de urgencia | tensiómetro | enfermo / sano |
| ìpè pàjáwìrì | atọpinpin ẹ̀jẹ̀ ríru | àìsàn / lera |

hospital - ilé ìwòsàn

# urgencia
# pàjáwìrì

¡Socorro!  
Ìrànlọ́wọ́!

alarma  
ìtanìjí

asalto  
ìluni

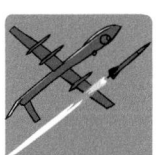

ataque  
ìdójukọ

peligro  
ewu

salida de emergencia  
ìjáde pàjáwìrì

¡Fuego!  
Iná!

extintor de incendios  
panápaná

accidente  
ìjàmbá

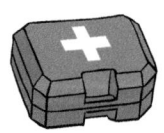

botiquín de primeros auxilios  
àpótí ìtọ́jú aláìsàn

SOS  
SOS

policía  
ọlọ́pàá

# tierra
## Ayé

Europa
Yuropu

Norteamérica
North Amerika

Sudamérica
South Amerika

África
Afirika

Asia
Esia

Australia
Ọsirelia

Atlántico
Atlantic

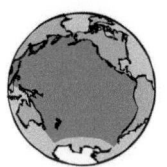

Pacífico
Pacific

Océano Índico
Indian Ocean

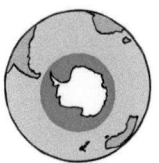

Océano Antártico
Antarctic Ocean

Océano Ártico
Arctic Ocean

polo norte
Òpó Ìlà Òrùn

| polo sur | Antártida | tierra |
|---|---|---|
| Òpó Ìwọ̀ Òrùn | Antarctica | Ayé |

  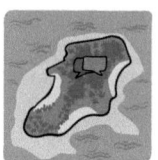

| tierra | mar | isla |
|---|---|---|
| ilẹ̀ | òkun | erékùsù |

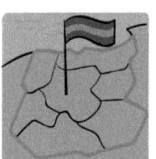 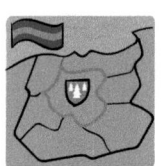

| nación | estado |
|---|---|
| orílẹ̀-èdè | ìpínlẹ̀ |

# hora(s)
## aago

esfera

ojú aago

manecilla de las horas

ọwọ́ wákàtí

minutero

ọwọ́ ìṣẹ́jú

segundero

ọwọ́ ìṣẹ́jú ààyá

¿Qué hora es?

Kínni aago sọ?

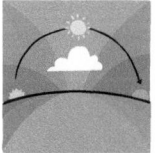

día

ọjọ́

tiempo

àkókò

ahora

báyìí

reloj digital

aago onínọ́mbà

minuto

ìṣẹ́jú

hora

wákàtí

# semana
## ọ̀sẹ̀

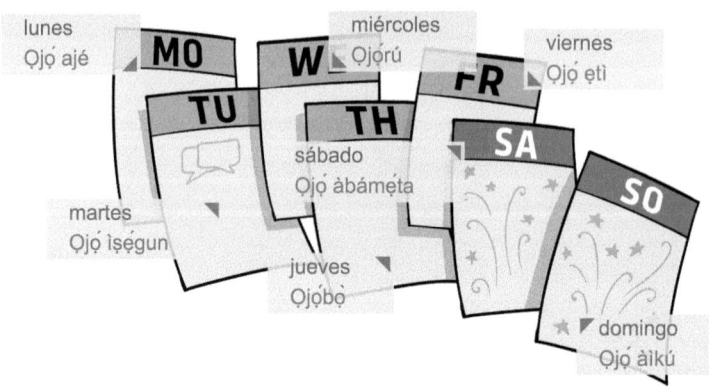

lunes — Ojọ́ ajé
martes — Ojọ́ ìsẹ́gun
miércoles — Ojọ́rú
jueves — Ojọ́bọ̀
viernes — Ojọ́ ẹtì
sábado — Ojọ́ àbámẹ́ta
domingo — Ojọ́ àìkú

ayer
àná

hoy
òní

mañana
ọ̀la

mañana
àárọ̀

mediodía
ọ̀sán

tarde
ìrọ̀lẹ́

días laborables
àwọn ojọ́ isẹ́

fin de semana
ìparí ọ̀sẹ̀

semana - ọ̀sẹ̀

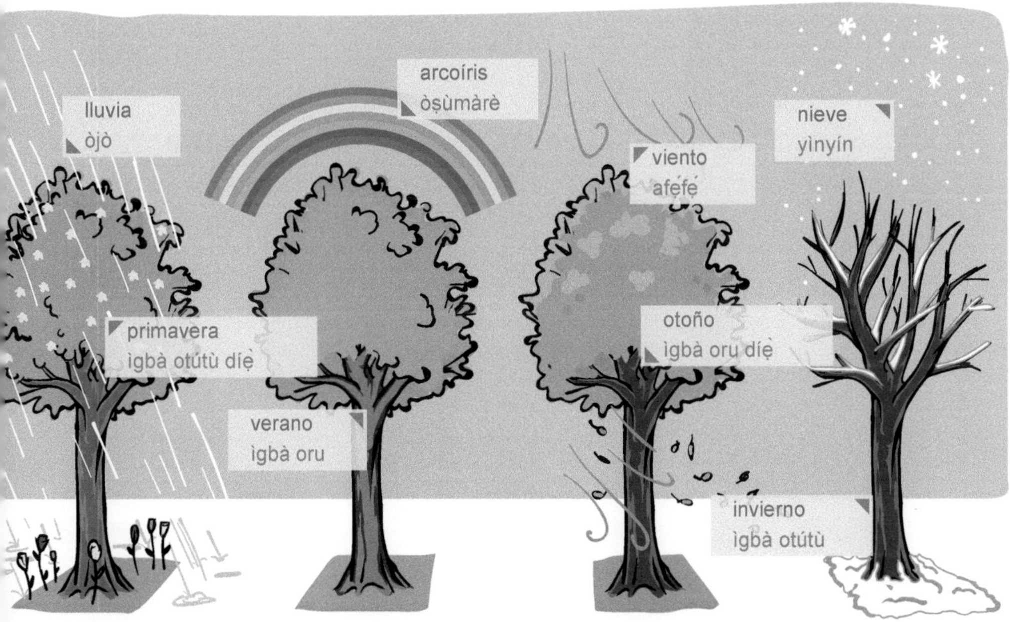

# año
# ọdún

lluvia
òjò

arcoíris
òṣùmàrè

viento
afẹ́fẹ́

nieve
yìnyín

primavera
ìgbà òtútù díẹ̀

verano
ìgbà oru

otoño
ìgbà oru díẹ̀

invierno
ìgbà òtútù

pronóstico del tiempo
ìsọtẹ́lẹ̀ ojú-ọjọ́

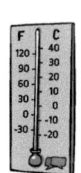

termómetro
ẹ̀rọ ìwọ̀n oru

sol
ìtànsán òrùn

nube
òfurufú

niebla
ọ̀pọ̀lọ́

humedad
ògìnniti

| rayo | trueno | tormenta |
|------|--------|----------|
| iná | àrá | ìjì |

 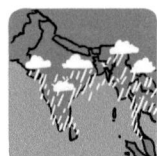 

| granizo | monzón | inundación |
|---------|--------|------------|
| kùrukùru | afẹ́fẹ́ | àgbàrá |

 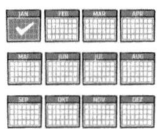 

| hielo | enero | febrero |
|-------|-------|---------|
| omi dídì | Oṣù kínní | Oṣù kejì |

 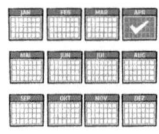 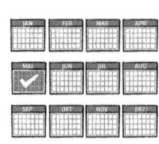

| marzo | abril | mayo |
|-------|-------|------|
| Oṣù kẹẹ̀ta | Oṣù kẹẹ́rin | Oṣù kaàrún |

| junio | julio | agosto |
|-------|-------|--------|
| Oṣù kẹfà | Oṣù keèje | Oṣù keèjọ |

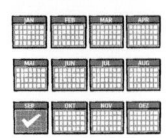
septiembre
Oṣù kẹẹ́sán

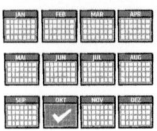
octubre
Oṣù keẹ̀wá

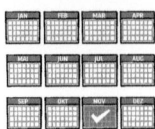
noviembre
Oṣù kọkànlá

diciembre
Oṣù kejìlá

## formas
## àwọn ìrísí

círculo
róbótó

cuadrado
onígun mẹrin dọ́gba dọ́gba

rectángulo
onígun mẹrin

triángulo
onígun mẹta

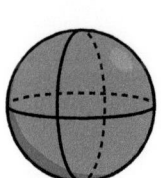
esfera
sifia

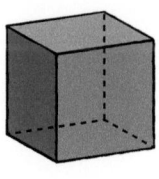
cubo
kubu

# colores
## àwọn àwọ̀

blanco
funfun

amarillo
yẹlo

anaranjado
olómi ọsàn

rosa
pinki

rojo
pupa

morado
pọpu

azul
bulu

verde
aláwọ̀ ewé

marrón
buranu

gris
rẹsúrẹsú

negro
dúdú

# opuestos
## òdì

mucho / poco
ọ̀pọ̀ / níwọ̀nba

enojado / tranquilo
bínnú / farabalẹ

bonito / feo
rẹwà / òbùrẹwà

principio / fin
bíbẹ̀rẹ̀ / òpin

grande / pequeño
ńlá / kékeré

claro / oscuro
mọ́lẹ̀ / dúdú

hermano / hermana
arákùnrin / arábìnrin

limpio / sucio
mímọ́ / dọ̀tí

completo / incompleto
parí / àìparí

día / noche
ọjọ́ / alẹ́

muerto / vivo
kú / àyè

ancho / estrecho
fẹ̀ / tínrín

comestible / no comestible

jíję / àìlèję

malo / amable

ibi / dára

entusiasmado / aburrido

dunnú / sísú

gordo / delgado

tóbi / tínrín

primero / último

àkọ́kọ́ / ìgbẹ̀yìn

amigo / enemigo

ọ̀rẹ́ / ọtá

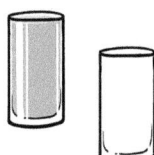

lleno / vacío

kún / ṣófo

duro / blando

le / rọ̀

pesado / ligero

wúwo / fúyẹ́

hambre / sed

ebi / òhùngbẹ

enfermo / sano

àìsàn / lera

ilegal / legal

tàpá sófin / bá òfin mu

inteligente / tonto

ọlọ́gbọ́n / òmùgọ̀

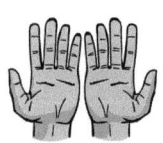

izquierda / derecha

òsì / ọ̀tún

cerca / lejos

tòsí / jìnnà

opuestos - òdì

nuevo / usado
tuntun / àlòkù

nada / algo
àìsí nkan / níní nkan

viejo / joven
arúgbó / ọ̀dọ́

encendido / apagado
tàn / kú

abierto / cerrado
ṣí / padé

silencioso / ruidoso
dákẹ́ / pariwo

rico / pobre
lọ́rọ̀ / tòsì

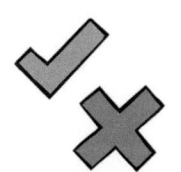

correcto / incorrecto
tọ̀nà / àìtọ̀nà

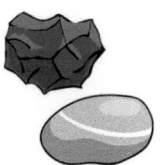

áspero / suave
àìdán / dán

triste / contento
banújẹ́ / dunú

corto / largo
kúrú / gùn

lento / rápido
lọ́ra / yára

húmedo / seco
tutù / gbẹ

cálido / frío
lọ́wọ́rọ́ / otútù

guerra / paz
ogun / àlàfíà

opuestos - òdì

# números
## nọ́mbà

**0** cero — òdo

**1** uno — méní

**2** dos — méjì

**3** tres — mẹ́ta

**4** cuatro — mẹ́rin

**5** cinco — márùún

**6** seis — mẹ́fà

**7** siete — méje

**8** ocho — mẹ́jọ

**9** nueve — mẹ́sàán

**10** diez — mẹ́wàá

**11** once — mọ́kànlá

**12**

doce
méjìlá

**13**

trece
mẹ́tàlá

**14**

catorce
mẹ́rìnlà

**15**

quince
mẹdogun

**16**

dieciséis
marundinlógún

**17**

diecisiete
mẹ́tàdínlógún

**18**

dieciocho
méjìdínlógún

**19**

diecinueve
mọ́kàndínlógún

**20**

veinte
ogún

**100**

cien
ọgọ́rùún

**1.000**

mil
ẹgbẹ̀rún

**1.000.000**

millón
miliọnu

números - nọ́mbà

# idiomas
## àwọn èdè

inglés
Gẹ̀ẹ́sì

inglés americano
Gẹ̀ẹ́sì Ilẹ̀ Amẹ́ríkà

chino mandarín
Mandarini Ṣaina

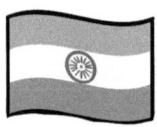

hindi
Hindi

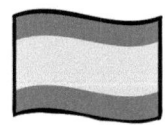

español
Sipaniṣi

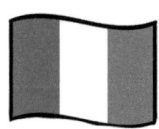

francés
Faransé

árabe
Lárúbáwá

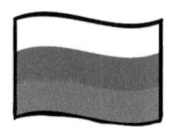

ruso
Rọṣia

portugués
Pọtugi

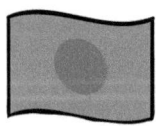

bengalí
Bẹngali

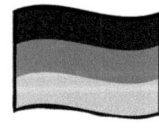

alemán
Jamani

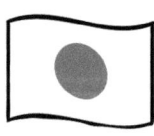

japonés
Japanisi

## quién / qué / cómo
## tani / kínni / báwo

yo
Èmi

tú
ìwọ

él / ella / ello
ọkùnrin / obìnrin / nkan

nosotros/as
àwa

vosotros/as
ìwọ

ellos/as
àwọn

¿quién?
tani?

¿qué?
kínni?

¿cómo?
báwo?

¿dónde?
níbo?

¿cuándo?
nígbà wo?

nombre
orúkọ

# dónde
## níbo

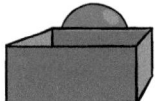

detrás
lẹ́yìn

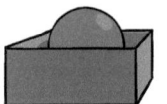

en
inú

delante de
níwájú

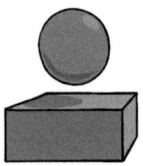

por encima de
lókè

sobre
lórí

debajo de
lábẹ́

junto a
lẹ́gbẹ̣́ẹ̣́

entre
láàrín

lugar
ibi